என் அன்பு மகனுக்கு...

க பவித்ரா கணேஷ்

Copyright © G Pavitra Ganesh
All Rights Reserved.

This book has been published with all efforts taken to make the material error-free after the consent of the author. However, the author and the publisher do not assume and hereby disclaim any liability to any party for any loss, damage, or disruption caused by errors or omissions, whether such errors or omissions result from negligence, accident, or any other cause.

While every effort has been made to avoid any mistake or omission, this publication is being sold on the condition and understanding that neither the author nor the publishers or printers would be liable in any manner to any person by reason of any mistake or omission in this publication or for any action taken or omitted to be taken or advice rendered or accepted on the basis of this work. For any defect in printing or binding the publishers will be liable only to replace the defective copy by another copy of this work then available.

சமர்ப்பணம்

என் வாழ்க்கையில் தந்தையாக, அண்ணனாக, தம்பியாக, மாமாவாக, தோழனாக பல ஆண்கள் முக்கிய பங்கு வகிக்கின்றனர். அவர்களின் குணங்கள் பல நேரங்களில் என்னை வியக்கவும், வேறுபல நேரங்களில் என்னை வெறுக்கவும் வைத்துள்ளன.இக்கதையை ஒவ்வொரு ஆண் சகோதரருக்கும் தன் வாழ்வில் உள்ள பெண்களின் வலியை உணர வேண்டியும், ஒவ்வொரு பெண் சகோதரிக்கும் தன்வலிமையையும் கடமையையும் உணர வேண்டியும் சமர்ப்பிக்கிறேன். என்னை வழிநடத்தும் இறைவனுக்கு நன்றியை சமர்ப்பிக்கிறேன்.

பொருளடக்கம்

முன்னுரை

"என் அன்பு மகனுக்கு..." என்னும் கதை தமிழில் நான் எழுதும் முதல் சிறு நாவலாகும். இக்கதை பெண்மையை மையக்கருத்தாக கொண்டது. பெண் முன்னேற்றத்தை ஊக்குவிக்கும் வகையிலும் பெண்களுக்கு எதிரான சமுதாய அநீதிகளை எதிர்க்கும் வகையிலும் பல திரைப்படங்கள் கதைகள் இதுவரை வெளிவந்திருக்கின்றன. இந்த சமுதாயத்தால் மறக்கப்பட்ட அலட்சியப்படுத்தப்பட்ட சாமானிய பெண்களின் அன்றாட வாழ்வில் உள்ள வலிகளை, எடுத்துரைக்கும் என் உள்ளக்குமுறல்களே இக்கதை. வலி தான் நம் விதி என்று ஏற்றுக்கொள்ளவில்லை நம் கதாநாயகி ப்ரியா, அந்த வலிகளில் அதை மாற்ற வழியையும் கண்டறிகிறாள்.

ஒரு தாயின் மாசற்ற அன்பு இவ்வுலகத்தின் பெரிய ஆயுதமாக கருதுகிறேன். அந்த ஆயுதத்தையே பயன்படுத்தி போர் செய்ய விரும்புகிறேன். இது அழிவுக்கான போர் அல்ல;

ஆக்கத்திற்கான போர்!

சமாதானத்திற்கான போர்!

நல்லதொரு மாற்றத்துக்கான போர்!

பெண்ணின் வலிகளையும் வலிமைகளையும் புதியதொரு கோணத்தில் ஒவ்வொரும் ஆணுக்கும் பெண்ணுக்கும் புரியவைக்க முயலும் உங்களில் ஒருத்தியின் முயற்சி இது. நம் கதாநாயகி தன் வாழ்வில் அந்த போரை வென்றுவிட்டாள். பெண்களுக்கு பாதுகாப்பில்லாத சமுதாயத்தில் மாற்றத்தை எதிர்நோக்கி காத்திருக்கும் அனைவரும் மாற்றத்துக்கான பாதையில் என்னுடன் முதல்படி எடுத்துவைத்து வாருங்கள்!

நன்றி

<u>நன்றி</u>

என் முதல் புத்தகத்தை வெளியிடும் இந்த மகிழ்ச்சியான தருணத்தில் என் வாழ்க்கையில் பலருக்கு நன்றி தெரிவிக்க கடமைபட்டுள்ளேன். என்னை வழிநடத்தும் இறைவனுக்கு என்றும் என் முதல் நன்றி. ஏட்டுப்பாடத்தையும் வாழ்கை பாடத்தையும் தந்த என் தாய் தந்தை (கணேசன்-சுஜாதா)க்கும் எந்நிலையிலும் துணைநிற்கும் என் அன்பு தங்கை, க.பிரதீப்தா கணேஷ் (ப்ரியா) விற்கும் என் மனமார்ந்த நன்றிகள். என் தோழிகளுக்கும் மற்றும் என் சந்தோஷத்திலும் முன்னேற்றத்திலும் மகிழ்ச்சிகாணும் சில-ருக்கும் என் நெஞ்சார்ந்த நன்றியை தெரிவிக்கிறேன்.

1

~✿~

என் அன்பு மகனுக்கு....

மேகபுரம் அரசு மேல்நிலைப் பள்ளியில் இன்று ஆண்டு விழா கொண்டாட்டம். பன்னிரெண்டாம் வகுப்பு மாணவர்களுக்கு இந்நாள் மிகவும் விசேஷமான நாள். ஏனென்றால் ஒரு வாரத்தில் அவர்கள் பள்-ளிப் பயணமே முடியப் போகிறது. பன்னிரெண்டாம் வகுப்பு மாணவிகள் இருவர் அனைவருக்கும் இனிப்பு வழங்கிக் கொண்டிருந்தனர்.

"கீதா, எல்லோருக்கும் குடுத்துட்டேன் டி. அந்த நிஷாந்த் கேங்க் மட்டும் இங்க இல்லடி எப்படி குடுக்க?"

"ரொம்ப நல்லதுண்ணு நினைச்சிக்கோ நித்யா. அவுங்கட்ட குடுக்க போனா வம்பு பண்ணுவான் நிஷாந்த். நமக்கு தேவையா ?"

"ஸ்கூல் முடியயிவ இன்னும் ஒரு வாரம் தான் இருக்கு என்னடி பிரச்சன பண்ண போறான் ? "

"அவன திட்டினாங்கண்ணு நம்ம சந்தியா மேடம் வீட்ல நைட் சுவர் ஏறி குதிச்சி பிரச்சனையாகி அவங்களும் அவங்க வீட்டுக்காரரும் ஊரவிட்டே போயிட்டாங்க. உனக்கு தான் தெரியுமே. நம்ம பள்ளில ஒருத்தர் கூட அவன கண்டிக்க துணியமாட்டாங்க. நமக்கு பிரச்-சனைணா யார்கிட்ட போய் சொல்றது? பேசாம வா டி" , என்று நித்-யாவை அழைத்துச் சென்றாள் கீதா.

நிஷாந்த் வயதுக்கேற்ற உடல் தோரணையும், வசீகர சிரிப்பும், சிறந்த அறிவாற்றலும் கொண்ட ஆண் அழகன். ஆனால் உடலில் தெரியும் இந்த அழகு உள்ளத்தில் இல்லை. மரியாதையற்ற பேச்சு, நேர்மையில்-

• 1 •

லாத பார்வை, பழி பாவங்களுக்கு அஞ்சாத தோரணை, அவனுடைய கருத்துக்கு ஒத்து போகும் நால்வர் சேர்ந்த கூட்டம் என நான்கு வரிகளில் இவனது இளவயதைப் பற்றி கூற முடிந்தாலும் இவனால் வலி அனுபவித்தவர்களின் உள்ளக்குமுறல்களை கூற வார்த்தையில்லை.

ஆண்டுவிழா கொண்டாட்டம் முடிந்து மாலையில் மாணவ மாணவிகள் வீட்டுக்கு கிளம்பினார்கள். கடைத் தெருவில் நிஷாந்தும் நண்பர்களும் சீட்டு விளையாடிக் கொண்டிருந்தார்கள். அப்போது அதில் ஒருவன்,

"மச்சான் இன்னைக்கு நம்ம கிளாஸ் பொண்ணுங்கல்லாம் கலர் கலரா டிரெஸ் போட்டுட்டு ஜம்முன்னு இருக்காங்கல்லா? யாரையாவது கூப்பிட்டு கலாய்ப்போமா ? "

"உன்னோட ஆசைய நிறைவேத்ததுக்கிண்ணே வாரா பாரு நித்யா, அவள கூப்பிடுவோம்" என்றான் நிஷாந்த்.

"ஏ நித்யா இங்க வா". பதட்டத்துடன் நித்யா திரும்பிப் பார்த்து தயங்கி நின்றாள்.

"வாணு சொல்றேன்ல?" என்று அதட்டலான சத்தத்துடன் கூப்பிட்டான்.

தயக்கத்துடன் நடந்து அருகில் சென்றாள்.

"நீ இன்னைக்கு ரொம்ப அழகா இருக்கியாம். அதான் என் மச்சான் பாக்கணும்ணு ஆசப்படுறான், கொஞ்சம் அப்படி இப்படி நடந்து காட்டு பாப்போம்".

"என்ன நிஷாந்த் இப்படி பண்ற....... ரோட்டுல வச்சு, நான் உன் கூட படிக்கிற பொண்ணு தானே. இதுலாம் தப்பா தெரியலையா உனக்கே".

"தப்பா சரியானு நாங்க பாத்து சொல்றோம் நீ நடந்து காட்டு" என்று சொல்லி அவனும் நண்பர்களும் கேலி செய்து சிரித்தார்கள். கண்களில் கண்ணீர் ததும்ப நின்றாள். தூரத்தில் "நிஷாந்த்" என்ற அதட்டலான சத்தம்.... இவை அனைத்தையும் பார்த்துக் கொண்டிருந்த அவனது பாட்டி எலிசபத் நித்யாவை அவளது வீட்டுக்கு போக கூறியபடி நிஷாந்தை முறைத்துவிட்டு சென்றாள்.

"மச்சான் என்ன மச்சான் மிஸ் ஆயிட்டு. நீ ஏன் மச்சான் உன் பாட்டிக்கு மட்டும் பயப்பிடுற?".

"பயம்லாம் இல்ல மச்சான். அந்த கிளவியை பகச்சுகிட்டா சாப்-பாட்டுக்கு எங்க போக ? வேலையா பாக்க முடியும் ?"

"சரி வா, சீட்டபோடு"

(இடம் : மத்திய சிறை)

"கைதி எண் 445ஐ கூட்டிட்டு வாங்க" என்ற கண்காணிப்பாளர் ஆணையை தொடர்ந்து ஜெயிலர் அவளை அழைத்தார்.

"ப்ரியா, உன்ன பாக்க ஆளு வந்திருக்காங்க வா"

எழுதிக்கொண்டிருந்த டயிரியை மூடி அவள் கையில் எடுத்துக் கொண்டு எழுந்தாள்.

கைதி உடையாக இருந்தாலும் கொஞ்சமும் அங்கும் இங்கும் விலகாத அழகான மடிப்புகளுடன் வெள்ளை சீலை உடுத்தியிருந்தாள். அவளது அழகான தோற்றமும் வசீகரமான உடல் அமைப்பும் இந்த 10 வருடகாலத்தில் குறைந்து தான் போய்விட்டது என்றாலும் அவளது அகத்தின் அழகும் தன்னம்பிக்கையும் தோரணையும் இன்னும் அவளை வெளிப்புறத் தோற்றத்திலும் அழகாயிருக்கச் செய்கிறது. அவள் மெல்-லிய இடையில் சுற்றியிருக்கும் சீலையை சரிசெய்து விட்டு அவிழ்ந்து கிடந்த அவள் கூந்தலை கொண்டை போட்டு முடிந்து கொண்டு அறை-யிலிருந்து வெளியே வந்தாள்.

"உன் அம்மா வந்திருக்காங்க மா, போய் பாரு"

என்ற ஜெயிலரின் கனிவான வார்த்தைகளைப் பார்த்தால் அவள் கைதி தானோ என்று யோசிக்கத் தோன்றும். உதட்டின் ஓரத்தில் இருந்-தும் இல்லாதது போல் சிறு புன்முறுவலோடு அம்மாவை காணச் சென்-றாள். வலல போன்ற கம்பிகளுக்கு இடையில் தன் மகளின் கையை பிடித்தவாறு கண்ணீர் வடித்தாள் அவள் அம்மா.

"ஏன் மா இப்போ அழுற? பத்து வருஷமா பார்க்க வர்ற, எப்போ வந்தாலும் அழுற. இது தான் நீ இங்க அழுறது கடைசியா இருக்கும் மா. அடுத்த வாரம் எனக்கு விடுதலை".

"என்ன மா சொல்ற உண்மையா!" என்று தன் முந்தானையில் கண்-களை துடைத்தப்படி சிரித்தாள்.

"ஆமா மா. அவரும் நிஷாந்தும் இன்னும் என் மேல கோவமா தான் இருக்காங்களா ? என்ன புரிஞ்சிக்கமாட்டாங்களா ? மன்னிச்சு

ஏத்துக்க மாட்டாங்களா ?”

“அம்மா... அம்மா... நான் விடுதலையாகும் போது என் பையன் என்ன பாக்க வருவானா?” என்ன வந்து கூட்டிட்டு போவானா ? நான் என் பிள்ளையை பாக்கணும் மா. என்ன மாரி இருப்பானா மா அவன் இப்போ?” என்று கேள்விகளை அடுக்கியவாறு ஏக்கத்துடன் பார்த்து நின்றாள்.

“அவன் உன்ன மாரி இல்லம்மா”

“பரவாயில்ல மா, அவர மாரி இருப்பானோ ? சரி சரி”

“இல்லம்மா.. இல்ல அவன் நீ நினைச்ச எந்த மாரியும் இல்லமா” என்று பொங்கி வரும் கண்ணீரை முந்தானை நனைய நனைய துடைத்-தாள்.

அம்மா கூற வருவது புரியாமல் திகைத்து பார்த்தபடி நின்றாள்.

“அவன் உன் பிள்ளைண்ணு சொல்லுறதுக்கே தகுதி இல்லாதவன் மா. எங்கள மன்னிச்சிடும்மா. எங்களால அவன சரியா வளர்க்க முடியல” என்று அழுது கதறினாள்.

“அவன் எங்க பேச்சு எதையுமே கேக்க மாட்டுக்கான். பெரியவங்க-ளுக்கு மதிப்பு குடுக்க மாட்டுக்கான். முழுக்க முழுக்க தப்பான சவகா-சம். அப்பறம்... அப்பறம்... பொண்ணுங்ககிட்ட ரொம்ப தப்பா நடந்துக்-கிறான்.

பல வருடமாக உணர்ச்சிகளற்று, கண்ணீரை மறந்திருந்த அவள் கண்களில் கண்ணீர் எட்டிப் பார்த்தது. இரண்டு நிமிடம் அமைதியாய் நின்று யோசித்தாள்.

“டைம் முடிஞ்சுது வா ப்ரியா” என்ற ஜெயிலரின் சத்தம் கேட்டது.

‘அப்பா’ என்று தன் இறைவனை மனதார வேண்டிக் கொண்டு,

“அம்மா எனக்காக ஒண்ணு செய்யுங்க. இந்த டயிரியை அவன் கிட்ட குடுத்திருங்க”.

“அவன் உன் பெயரை சொன்னாலே கோவப்படுவான். படிக்கமாட்-டான் மா”

“படிப்பான் மா. நான் என் கடவுள நம்புறேன் மா. எல்லாம் மாறும். எனக்கு நேரம் ஆச்சு அடுத்த வாரம் பாப்போம்”என்று கூறி சென்றாள்.

அடுத்த நாள் காலை ஒரு ரோட்டோர கடையில் உணவு சாப்பிட்டுக் கொண்டிருந்தான் நிஷாந்த். அப்போது தூரத்தில் ஒரு பெண்மணி மடி- யில் ஒரு ஐந்து வயது குழந்தையுடன் சக்கர நாற்காலி வண்டியில் ஒரு கையால் குழந்தையை பிடித்துக் கொண்டு மற்றொரு கையால் அவள் வண்டியின் சக்கரத்தை நகர்த்தி வந்து கொண்டிருந்தாள். அப்போது மடி- யில் இருந்த குழந்தை வழியில் இருந்த மாமரத்தைப் பார்த்து,

"அம்மா.. அம்மா அந்த மாங்காய் வேணும் மா"

"வேண்டா தங்கம், நான் உனக்கு கடையில வாங்கித் தாரேன்"

"இல்ல இல்ல மா எனக்கு இது தான் வேணும்."

"ஐயோ! பக்கத்துலையும் ஆள் இல்லையே, அம்மாவால எப்படி மா எந்திச்சு நின்னு பறிக்க முடியம்".

"அம்மா வேணும் மா; நான் பறிக்கணும் மா; அழகா இருக்கு மா பிளீஸ் மா...." என்று அந்த குழந்தை அடம் பிடித்தது.

குழந்தையை கீழே இறக்கி விட்டுவிட்டு அவளது ஊனமுற்ற காலை மெதுவாக தரையில் ஊன்றி மிகவும் சிரமப்பட்டு எழுந்து நின்று, குழந்- தையை உயரத் தூக்கினாள். அந்த குழந்தை சிரித்துக் கொண்டே காயைப் பறித்தது. ஆசையுடன் அம்மாவுக்கு முத்தம் கொடுத்தது. அவள் வலிக்கும் காலை தடவிக் கொண்டே முகத்தில் அதைக் காட்- டாமல் குழந்தையை முத்தமிட்டாள்.

இவை அனைத்தையும் பார்த்துக் கொண்டிருந்த நிஷாந்த் சாப்- பாட்டை பாதியில் வைத்துவிட்டு எழுந்து சென்றான். அவனுக்குள் இளம் புரியாத ஏக்கம், குழப்பம், தவிப்பு, கோவம் நிறைந்து காணப்பட்- தது. வீட்டிற்கு திரும்பினான்.

அன்று மாலை வீட்டில் பாட்டி,

"நிஷாந்த் என்ன பண்ற மா?"

"டிவி பாக்கேன் கண்ணு தெரியலையா? சொல்லு"

"நேத்து அம்மாவ போய் பார்த்துட்டு வந்தேன் மா. அடுத்த வாரம் அம்மா வெளிய வந்திருவா. நீ பாக்க வா மா".

"ஏய்" என்று பெரிய சத்தமிட்டு,

"அவங்கள பத்தி மட்டும் என்கிட்ட பேசிட்டு வந்திராத. என் வாழ்க்- கையில நான் இத்தன நாள் பட்ட கஷ்டம், அவமானம், வலி எல்- லாத்துக்கும் காரணம் அவங்க மட்டும் தான். அவங்க என்ன அவங்க,

அவ... அவ மட்டும் தான். 8 வயசில இருந்து கஷ்டப்படுறேன். ஸ்கூ-லுக்கு போனா.. பசங்க கிண்டல் அடிச்சாங்க என்ன யாருமே சேத்-துக்கல. என் பிரண்டோட அம்மா அப்பா லாம் இவன் கூட சேராதனு என் கண் முன்ன சொன்னாங்க. கொலைகாரியோட பையன், உனக்-கும் அந்த புத்தி வரணுமாணு பேசினாங்க. என்ன அடிச்சாலோ திட்-டினாலோ கேக்க ஆளு இல்ல. அம்மையும் அப்பனும் சரியில்லாத அனாத பையன் நான்" என்று விம்மினான்.

"மத்தவங்க செஞ்ச தப்புக்கு பழியை என் மேல போட்டாங்க. எனக்-கும் எல்லா ஆசைகளும் ஏக்கங்களும் இருந்துச்சு. எனக்காக யாரு வரப்போறாணு நானே என்ன மாத்திக்கிட்டேன். இப்போ நான் தான் ராஜா. என்ன பாத்தா எல்லாருக்குமே பயம்" என்று சிரித்துக் கொண்டு கண்ணீரைத் துடைத்தான்.

முரடனாய் மட்டுமே நிஷாந்தைப் பார்த்த பாட்டி அவன் அழு-கையை பார்த்து திகைத்துப் போய் நின்றாள்.

"இங்க பாரு பா. எல்லாரோட பயத்தை மட்டுமா சம்பாத்திச்சிருக்க ? எல்லாரோட சாபத்தையும் தான். நிஷாந்த்... மரியாதையையும் ஆசிர்-வாதத்தையும் தான் சம்பாதிக்கணும் டா. இன்னைக்கு உன் தப்புக்கெல்-லாம் கூட நிக்கிறவங்க உனக்கு உண்மையான பிரண்டா இருக்க மாட்-டான். 8 வயசு வர உங்க அம்மா கூடையேதான் டா கிடப்ப, உன்ன மட்டுமே நினைச்சா அவ. அப்போ காட்டின அன்பெல்லாம் உனக்கு தெரியலையா? யோசி பா கொஞ்சம். அவள நீ புரிஞ்சிக்க முயற்சி கூட பண்ண விரும்பல. இந்தா.. உங்க அம்மாவோட டயரி. இதுக்கு மேல ஆண்டவன் தான் உன்ன காப்பாத்தணும்" என்று கோவத்துடன் டயி-ரியை மேசையில் தூக்கி வீசிவிட்டு சென்றாள் பாட்டி.

"யாருக்கு வேணும் உன் கதையெல்லாம்" என்று டயிரியை தரை-யில் தூக்கி வீசிவிட்டுச் சென்றான்.

அன்று இரவு,

"அப்பா, நான் தெரிஞ்சோ தெரியாமலையோ பண்ண தப்புக்காக என் பையன் வாழ்க்கை கெட்டுபோகக் கூடாது. அவன் என் பையன் இல்லப்பா, உங்க பையன்; அவன் வாழ்க்கையில மாற்றத்தை கொண்டு வருவீங்கண்ணு முழுசா நம்பி தான் இன்னைக்கு நிம்மதியா தூங்க

போறேன்" என்று தன் இறைவனிடம் வேண்டி தூங்கச் சென்றாள்.

கொசு கடியிலும் நிம்மதியாகத் தூங்கினாள். ஆனால் மாலை விளையாடிவிட்டு களைப்போடு வந்த நிஷாந்துக்கு தூக்கம் வராமல் புரண்டு கொண்டிருந்தான். காலையில் பார்த்த மாற்றுதிறனாளி தாய்; பாட்டி கூறிய வார்த்தைகள் எல்லாம் யோசித்துப் பார்த்தான்.

"உண்மையில நம்ம பிரண்ட்ஸ் நம்மள யூஸ் பண்ணிக்கிற மாதிரி தான் தெரியுது, என்டா தூக்கமே வரமாட்டுக்கே! இன்னைக்கு அந்த அம்மா அவுங்க குட்டி பையன் மேல எவ்ளோ பாசமா இருந்தாங்க! நீயும் சின்னவயசுல என்கிட்ட அப்படி தான் மா இருந்த ? எப்போ இப்படி மாறின ? நீ உன் பையனுக்கு துரோகம் பண்ணிட்ட. அம்மா அப்பாணு எந்த பாசமும் கிடைக்காத அனாதையாயிட்டேன்." என்று மனதில் நினைத்துக் கொண்டு தண்ணீர் குடித்துவிட்டு படுக்கலாம் என்று எழுந்தான். அவன் காலில் ஏதோ தட்டியது. விளக்கை போட்டுப் பார்த்-தான். காலையில் தூக்கி வீசிய அம்மாவின் டயரி கீழே கிடந்தது. அதை எடுத்து படிக்கவா வேண்டாமா என்று மனதுக்குள் பெரிய போராட்டம். சிறிது நேரம் டயரியை உத்துப் பார்த்துக் கொண்டிருந்தான். அம்மாவின் முகம் அவன் கண் முன்னே தோன்றியது. மனதின் போராட்டத்தை தாண்டி டயரியை எடுத்தான்.

என் அன்பு மகனுக்கு,

என் வாழ்க்கை பாதை மாறி ஒரு வருஷம் ஆச்சு. உனக்கும் இன்-னையோட 9 வயசு ஆச்சுல்லா மா. பிறந்தநாள் வாழ்த்துக்கள் என் தங்கமே நிஷாந்த். எப்படி இருக்க தங்கமே நீ. அம்மாக்கு உன்ன பாக்கணும் போல இருக்கு. உனக்கு இப்போ யாரு மா தலவாரி விடுறா.. அம்மா தலசீவி விட்டாதானா ஸ்கூலுக்கு போவேணு சொல்-லுவ. உனக்கு புடிச்சதெல்லாம் பாட்டி தாத்தா வாங்கி தாராங்களா…. அம்மா மேல கோவமா இருக்கியா தங்கமே! அம்மா உன்ன ஏமாத்திட்-டேன்…, கஷ்டப்படுத்திட்டேன். இந்த ஒரு வருஷத்துல பாட்டி இரண்டு தடவ என்ன பாக்க வந்தாங்க. ஆனா இந்த வயசுலேயே உன்ன இந்த மாதிரி இடத்துக்கு கூட்டிட்டு வர கூடாதுண்ணு நான் தான் வேண்-டாம்ணு சொல்லிட்டேன். கடைசியா பிறந்தநாளுக்கு உன்ன கிளப்பிவிட்-டுட்டு வேலைக்கு போனப்போ பார்த்தேன். அந்த உன் முகம் இன்னும்

கண்ணுக்குள்ள நிக்கு. அம்மாக்கு உன்கிட்ட நிறைய பேசணும் தங்கம். எப்படி பேசுவேன்... இனிமே தினமும் இந்த டயரில எழுதி தான் உன்கிட்ட பேச போறேன். உன்னால கேக்க முடியாதுலா... அய்யோ நான் என்ன செய்வேன். சரி பரவாயில்ல, ஆனா ஒரு நாள் நீ இதெல்லாம் கண்டிப்பா படிப்ப. அம்மாவோட அழுகையை கேப்பணு நம்பிக்கையில எழுதுறேன். இந்த ஒரு வருஷத்துல அம்மாவ பத்தி உன்கிட்ட யாரு என்னெல்லாம் சொன்னாங்கண்ணு தெரியல. உங்க அம்மா கொலை பண்ணிட்டா.... கொலைகாரிணு சொல்லிருப்பாங்க. ஆமா நான் கொலை தான் பண்ணிட்டேன். நான் பண்ணது தப்பு தான். நான் அத நியாயப்படுத்தல. ஆனா நான் அவ்வளோ கெட்டவ இல்ல மா... உன் அம்மா அவ்வளோ கெட்டவ இல்ல மா.. என் தங்கம் நீ எத்தனை வாட்ட தப்பு பண்ணிட்டு அம்மாகிட்ட மன்னிப்பு கேட்டிருக்க. அம்மா மன்னிச்சிருக்கேன்ல? அம்மாவையும் ஒரே ஒரு வாட்டி மன்னிப்பியா தங்கம்? மன்னிப்பியா நிஷாந்த்...

இங்க பாரு மா... அம்மா இப்ப சொல்றதெல்லாம் நல்லா கேட்டுக்கோ. அம்மா இதுக்கு மேல சொல்லபோற ஒவ்வொரு வார்த்தையும் உன் வாழ்க்கைக்கு ரொம்ப முக்கியம். உன்ன எப்படியெல்லாம் வளர்க்கணும்னு எவ்வளவு கனவு வச்சிருந்தேன்! எல்லாம் என் கைமீறி போச்சு. ஆனாலும் என் கடைசி முயற்சியா இத பண்ணுறேன். கண்டிப்பா ஒரு நாள் இது உன்ன வந்து சேரும்ணு நம்புறேன் நான்.

மனுஷனா பிறந்த ஒவ்வொருத்தர் வாழ்க்கையிலையும் கஷ்டம்,சந்தோஷம் இரண்டுமே கலந்து தான் இருக்கும் மா. இங்க கஷ்டம் இல்லாத வாழ்க்கையே இல்ல. அதுவும் ஒரு பொண்ணா பிறந்துட்டா! இந்த சமுதாயம் அவளுக்கு குடுக்குற வலி, அவமதிப்பு, அவமானம்.... ஒண்ணு அவள ஊமையாக்கிடும் இல்லேன்னா என்ன மாதிரி... என்ன மாதிரி ஒரு கொலைகாரியா... பைத்தியகாரியா மாத்திடும். நான் இப்போ சொல்லப்போற விஷயங்களெல்லாம் உன் வயசுக்கும் அறிவுக்கும் புரியாததா, எட்டாததா தான் இருக்கும். ஆனா இத நீ எத்தன வருஷம் கழிச்சு வாசிக்க போறியோ தெரியல. அப்போ உனக்கு இதெல்லாம் கண்டிப்பா புரியும்.

அம்மாவுக்கு அப்போ ஒரு 24 வயசு இருக்கும். வீட்டில எனக்கு கல்யாணம் முடிவு பண்ணிருத்தாங்க. யாருக்காக கிளம்புறோம், எதுக்காக கிளம்புறோணு கூட தெரியாம நிறைய பேருக்கு முன்ன கிளம்பி

நிண்ணு... கடைசியா வீட்டுல அவங்களுக்கு புடிச்ச மாதிரி முடிவு பண்ண வரன் தான் உங்க அப்பா. உன் வாழ்க்கை துணையை பத்தி உனக்கென்ன கனவு இருக்குனு கேக்கல, முடிவு பண்ண மாப்பிள்ளை உனக்கு புடிச்ச மாதிரி இருக்காணும் கேக்கல...

"நல்ல இடம் பாத்திருக்கேன் மா. பையன் இவ்ளோ படிச்சிருக்கான்; அவ்ளோ சம்பாதிக்கான் உன் வாழ்க்கை நல்லா இருக்கும்" அப்படி மட்டும் சொல்லிட்டு போயிட்டாங்க. ஹிம்ம்... என்ன செய்ய! அது ஒரு பக்கம் இருந்தாலும் கல்யாண கனவுகள் இருக்க தானே செய்யும். அப்-படி தான் ஒரு நாள்; என் வாழ்க்கையவே மாத்திப்போட காரணமா இருந்த மறக்க முடியாத நாள்; என் வீட்டுவாசலில உட்கார்ந்து கல்யாண கனவுகளில மூழ்கி இருந்தேன். எங்க அடுத்த வீட்டு பொண்ணு ரஞ்சிதா கண் முன்ன குழி கிடக்கது கூட தெரியாம பதட்டத்தோட, குழப்பத்தோட நடந்து போயிட்டு இருந்தா. அவள நான் சத்தம் குடுத்து கூப்பிட்டேன். அன்னைக்கு அவ கூட பேசின அந்த அரைமணி நேரம் தான் ஒரு பொண்ணா என்னோட 24 வருஷ வாழ்க்கையை யோசிச்சு பாக்க வச்-சுது.

நான் சின்ன வயசுல ஒருநாள் ஸ்கூலுக்கு போயிட்டு ரொம்ப பசி-யோட வீட்டுக்கு வந்தேன்.

"அம்மா ரொம்ப பசிக்கு மா... தோச சுட்டு தாறியா ?" அப்படிணு கேட்டா... எங்க அம்மா ...

"இருடி என்ன அவசரம் ? தம்பி வரட்டும். ஆம்பிள பையன் சாப்-பிட்டுச்சிட்டுத் முதல்ல"

"யெம்மா ... அவன் வெளிய விளையாடிட்டு தான இருக்கான்"

"சின்ன பையன் தான் டி உன்ன விட"

"என்ன மா சின்ன பையன்? எனக்கு 12 வயது அவனுக்கு 11 வயசு அவ்ளோ தானே?"

அப்படி அம்மாட்ட கோவப்பட்டுட்டு வந்து உட்காந்துட்டேன். என் தம்பி விளையாடி முடிச்சு மெதுவா வந்தான். எங்க அம்மா அவனுக்கு வலிய கொண்டு தோசையை குடுக்க.. "என்ன மா வீட்டுக்கு வந்தா தோச தானா" னு தட்டை தள்ளி விட்டுட்டு எந்திச்சு போயிட்டான். எங்க அம்மா முகம் வாடி போயிருச்சு. என்ன யோசிச்சாங்கனே தெரியல. வேற தோச சுட்டு எடுத்திட்டு வந்து எனக்கு ஊட்டிவிட்டாங்க.

அன்னைக்கு எனக்கு அம்மா மேல ரொம்ப கோவமா இருந்துச்சு. அம்-மாக்கு என்னைவிட தம்பி மேல தான் பாசம் அதிகம்னு சின்ன வயசுல கோவப்பட்டேன்.

ஆனா எங்க அம்மாக்கு எங்க இரண்டு பேர் மேலையும் ஒரே மாதிரி பாசம் தான். ரொம்ப பொறுமையா விட்டுக்குடுத்து போவாங்க. என்ன சண்டை வந்தாலும் ஒரு நாளும் அப்பாவ எங்க கிட்ட கூட குத்தம் சொல்லியோ விட்டுக்குடுத்தோ பேசமாட்டாங்க. ஆனா ஆம்-பிளபிள்ளைக்குதான்முக்கியத்துவமும்முதல்உரிமையும் குடுக்க-ணும்னுசொல்லிஅவுங்களவளர்த்தசமுதாயத்தினாலஎன்பசிக்குமதிப்பில்-லாமபோச்சு. அப்படி ஒவ்வொரு வயசும் கூட கூட... நானும் வளர.. பொண்ணா பொறந்ததனால இந்த சமுதாயம் குடுத்த சாபமும் என் கூட வளந்துட்டே இருந்துச்சு டா.

ஒரு நாள் நோட் புக் வாங்கிறதுக்காக பக்கத்து தெருல இருக்கற கடைக்கு போயிட்டு இருந்தேன். எங்க பக்கத்து வீட்டு முகிலா அத்தை வழில என்ன பாத்து விசாரிச்சாங்க.

"என்னடி அந்த கடைக்கா போற ? அந்த தெருல ஆளே இருக்-காதே".

"அப்போ கவிதாவ கூட அனுப்புங்க அத்தை. அவளுக்கும் நோட்டு வாங்கணும் மிஸ் சொன்னாங்க".

"எது .... ? உனக்கு அவ துணையா ? நல்லா இருக்கு டி. இந்தா தம்பியை கூட்டிட்டு போ; ஜாண் பிள்ளையானாலும் ஆண் பிள்ளை டி"

அப்படினு சொல்லி 4 வயசு பிள்ளையை கூட அனுப்பினாங்க. எனக்குணா ஒரே குழப்பம். 15 வயசுபொண்ணுக்கு 4 வயசுபையன்துணையா ? இவங்க நம்ம மேல அக்கறைபடுறாங்களா ? இல்ல அசிங்கப்படுத்துறாங்களா தெரியலையேணு பொலமபிட்டே போயிட்டு வந்துட்டேன். ஆனா என் மனசு தான் இதையெல்லாம் அவளோ சீக்கிரத்துல ஏத்துக்காதே! யோசிச்சேன்... எத்தனை வயசா இருந்தாலும் ஆண் பலமானவங்க, பெண் பலவீனமானவங்க தானா ? இனிமே என்ன யாரும் இப்படி நினைக்க கூடாதுணு முடிவு பண்ணி ஓடிப்போய் என் அப்பாகிட்ட என்ன கராத்தே கிளாஸ் சேத்துவிடுங்-கண்ணு கேட்டேன். என்னோட அப்பா எப்பவுமே தைரியமா இருக்-கணும்; சின்ன சின்ன விஷயம் கூட ரொம்ப சரியா இருக்கணும்னு

சொல்லி வளப்பாங்க. இந்த கிளாஸ்லாம் பொம்பள பிள்ளைக்கு எதுக்-
குனு பல மறுப்புகள் வந்தாலும் என்ன கராத்தே வகுப்புக்கு சேத்துவிட்-
டாங்க.

இந்த விஷயம் நடந்து சரியா ஒரு வாரம் இருக்கும். அன்னைக்கு
லீவு நாள்ணு நினைக்கேன். நான் தூங்கி லேட்டா எந்திச்சேன். எங்க
ரூம் ஜன்னல இருந்து பாத்தா முகிலா அத்தை வீட்டு பின் வாசல்
தெரியும். எங்க ரெண்டு பேர் வீடும் ஒரே காமவுண்டல தான் இருக்கி-
றனால ஒரே நீளமான பின்வாசல் தான். இடையில மறைப்பு இருக்காது.
தூங்கி எந்திச்சு ஜன்னல் வழியா எதர்ச்சியா பார்க்கும் போது முகிலா
அத்தை பின் வாசலில உட்கார்ந்து அழுதுட்டு இருந்தாங்க. அந்நேரத்-
துல எங்கம்மா அங்க எதர்ச்சியா வர.. விறு விறுணு சேலை முந்தா-
னைல அத்தை கண்ண துடைச்சாங்க. அவுங்க அழுதுட்டு இருந்தது
தெரியாம என் அம்மா அவுங்ககிட்ட பேச்சு குடுத்தாங்க. நானும் என்-
னணு கேக்க பின்னாடி போனேன்.

"யே முகிலா ... காலேலையே என்ன பின்னாடி உக்காந்தாச்சு?.
வேலை எதும் இல்லையா ? நீ வேற எதோ பிஸ்னஸ் பண்ணுறேல ...
என்னது மா அது"

"அது இந்த சணல வச்சு சின்ன சின்ன பொருள்களெல்லாம் நிறைய
செய்வேன் கா.. அழகு பொருட்கள், அன்பளிப்பு குடுக்கிற பொருட்-
களெல்லாம் செய்வேன். இத இப்ப நிறைய பேர் பயன்படுத்துறாங்க.
நிறைய பேர் விரும்பி வாங்குறாங்களாம். இப்போ புதுசா இந்த மாதிரி
சணல் நாருலாம் வச்சு பிள்ளைங்களுக்கு வர டிரெஸ்ல லாம் பொத்-
தான் வைப்பாங்களாம். அத செஞ்சு தரதுக்கு ரெண்டு இடத்துல இருந்து
ஆர்டர் தந்தாங்க கா".

"அப்படியா மா! எனக்கும் சொல்லிதாறியா? நானும் சேந்துக்கவா?
காசு உன்னால என்ன முடியுமோ குடு போதும்".

"இல்ல கா .. நான் அத விட்டுறலாம்ணு இருக்கேன். அதையும்
கவனிச்சு வீட்டு வேலையும் பாக்குறதுக்குள்ள ரொம்ப சோர்ந்து போயி-
ருதேன் கா".

"ஐயோ அப்படியா சரி மா. நான் போய் வேலையை பாக்குறேன்".

இதையெல்லாம் நான் கேட்டிட்டு தான் இருந்தேன். அடுத்தநாள் அவுங்க பொண்ணு கவிதாவும் ஸ்கூல்ல வந்து சோகமா உக்காந்திருந்தா. அவள கூப்பிட்டு பேசினேன். "வீட்டுல ஏதும் பிரச்சனையா டி ? அத்தை நேத்து அழுதுட்டு இருந்தாங்க. நீயும் ஒரு மாதிரி இருக்கணு கேட்டேன்."

"என்னணு டி சொல்ல ... அம்மாவோட திறமையில ஒரு சின்ன தொழில் பண்றாங்க. அது நல்லா போயிட்டு இருக்கு. நிறைய பேர் பாராட்டினாங்க. அம்மாக்குணு ஒரு அடையாளம் கிடைச்சிருச்சுண்ணு ரொம்ப சந்தோஷப்பட்டாங்க. ஆனா இந்த வேலை சம்பந்தமா அம்மாக்கு நிறைய (கால்) போன் பேச வேண்டி இருக்கு. தப்பாவோ, இராத்திரி- லையோ எந்த அழைப்பும் வராது. இருந்தாலும் அப்பாக்கு அது சுத்தமா புடிக்கல. எங்க அப்பாவும் அதிகமா போன் கால் பேசுவாங்க. ஆனா அதையெல்லாம் எங்க அம்மா தப்பா எடுத்துக்காதப்போ அப்பா ஏன் இப்படி பண்ணுறாங்கணு தெரியல. எங்க எல்லார் மேலையும் அப்பா ரொம்ப பாசம் வச்சிருக்காங்க. அவுங்களுக்குண்ணு எதுவும் வாங்காம எங்களுக்காக வாங்கி தருவாங்க. ஆனா, ஏன் இப்படி ? புரியல! அப்பா வேலையை செய்ய எல்லா விதத்துலையும் அம்மா உதவி பண்ணும் போது இந்த வேலைனால வீட்டு வேலை கொஞ்சம் லேட் ஆனா ஏன் உதவி பண்ணாம கோவப்படுறாங்க. அப்பா பாக்குற வேலைக்குத் தான் மதிப்பு இருக்கா ? அப்பா ஏதாது வேலை சொல்லி அம்மா அத கவனிக்காட்டாலோ மறந்தாலோ வேணும்ண்ணு தான் பண்ணுறணு அடிக்க வாராங்க.

"மறந்துதாங்க போச்சு; உங்களுக்கும் தானங்க மறக்கு" அப்படிணு கேட்டா..

"ஓ... சம்பாதிக்கேல எப்படி மதிப்ப ? மதிக்க தோணாதில்லா" ணு சொல்றாங்க.

ஏன் டி பொம்பளைக்கும் ஆம்பளைக்கும் நியாயம் தர்மம் கூட ஒண்ணா இல்ல ? அவுங்களுக்குவந்தாமறதிநமக்குவந்தாதிமிரு. ஆயுள்தண்டனைகைதிக்குகூடஏதோஒருநாள்விடுதலைஉண்டு. ஆனாநம்மதொண்டகுழியிலசிக்கித்தவிக்கிறவார்த்தைக்குநம்மஆயுள்முடி- யிறவரவிடுதலைஇல்லையே ...

காலையில எங்க அம்மாட்ட சொன்னேன். இந்த பிரச்சனைக்காக லாம் நீ விட்டுராத மா வேலையையெணு. "இல்ல மா வேண்டாம் விட்டு-ருவோம். இப்போவே இப்படி இருக்கு. நாளைக்கு இந்த வேலை மூலமா சின்ன பிரச்சனையோ, லாப நஷ்டமோ வந்தாலும் நீ எடுத்த முடிவு-னாலதாணு சொல்லி பொறுய பிரச்சனையாயிரும். குடும்பம் உடையாம பாத்துகணும்லா ... என்ன செய்ய ?"

"ஏன் மா ? அப்பா எடுத்த முடிவுகள் கூட தான் சிலது தப்பா போயிருக்கு. அப்போலாம் எல்லாரும் பரவாயில்ல பாத்துகிலாம்ணு தானே சொன்னாங்க".

"இன்னைக்கு சாம்பாரா.. ரசமாங்கறத தாண்டி எந்த முடிவும் எடுக்-கிற உரிமை நமக்கு இல்லமா. அப்படியே எடுத்தாலும் யாரும் துணையா நிக்க மாட்டாங்க" ணு பள்ளிக்கூடத்துக்கு கிளம்ப சொன்னாங்க. குடும்-பம் உடையாம பாத்துக்கிற பொறுப்பு நமக்கு மட்டும் தானா? அவுங்க-ளுக்குலாம் இல்லையாடி ? பைத்தியம் புடிக்கிற மாதிரி இருக்கு.

"என்ன செய்ய பொண்ணா பொறந்திட்டோம்ணு" சொல்லி முடிச்-சிட்டாங்க அம்மா. என்னாலையும் அத தாண்டி எதுவும் சொல்ல முடியல."

அன்னைக்கு என் பிரண்டுக்கு ஆறுதல் சொல்லிட்டு போயிட்டேன். ஆனா ரஞ்சிதா கூட பேசின அன்னைக்கு திரும்ப இதை யோசிக்கும் போது ...

ஆணும் பெண்ணும் அம்மா கருவில இருக்கிற காலம் பத்து மாசம் தான். பிறவில கடவுள் எந்த பாகுபாடும் காட்டலியே. ஏன் மனுஷங்க மட்டும் ரெண்டு பேருக்கும் நியாய தர்மங்கள தனித்தனியா எழுது-றாங்க. வானத்திலஉயரபறக்கஉரிமைகேட்டிடட்டுஇருக்கிறஇந்தகாலகட்டத்-துலையும்... சிரிக்கவும்,அழவும்,பேசவும்கூடசுதந்திரம்இல்லேங்கி-றதுதான்நிதர்சனமானஉண்மை. ஆண்களோடஎல்லாகோவத்த-யும்பெண்கள்ஏத்துக்கும்போதுஆம்பிளங்கிறதுனாலஅதஏத்துக்கலேலா ? அவுங்கமேலவச்சிருக்கஅன்புனாலதானேஏத்துக்கிறோம். அதேஉரி-மையைதிரும்பிதரஎந்தகௌரவம்அவங்களதடுக்குது ? குடும்பத்துக்காக, உறவுக்காக உழைச்சு.. தன்னலமில்லாம கொட்டிக் குடுக்குற அவுங்க அன்பை ... ஆண்மைங்கிற ஒரே கௌரவத்த காட்டி ஏன் இப்படி வீணாக்குறாங்க ? அவுங்க உழைப்பையும் அன்பையும் நம்ம இப்படி

புரிஞ்சு வச்சிருக்கிற மாதிரி அவுங்களும் நம்மள புரிஞ்சிருந்தா இந்த பிரச்சனையே இல்லையே. நினைச்சத பேச முடியல. எந்த முடிவும் எடுக்க முடியலணு எல்லாத்துக்கும் பயந்து பயந்து வாழுற ஒவ்வொரு நிமிஷமும் அடிமை மாதிரி உணருற ஒரு வாழ்க்கையை அவுங்களால நினைச்சு பாக்க முடியுமா. இப்படி பல கேள்விகள் எனக்குள்ள ஓடிட்டு இருக்கும்போது இன்னொரு நிகழ்வு நியாபகம் வந்துச்சு

பன்னிரெண்டாம் வகுப்பு ரிசல்ட் வந்து கொஞ்சம் நாள் கழிச்சு மார்க் ஷீட்டு வாங்குறதுக்காக எல்லாரும் ஸ்கூலுக்கு போயிருந்தோம். நாங்க ஒரு நாலு பிரண்ட்ஸ் சேர்ந்து அடுத்து என்ன படிக்க போறோங்-கிறத பத்தி பேசிட்டு இருந்தோம். என்னோட நெருங்கிய தோழி ரொம்ப சோகமா இருந்தா. நான் அத கவனிச்சிட்டேன். இருந்தாலும் எல்லார் முன்னாடியும் கேக்க முடியாதுணு அமைதியா இருந்தேன். நாலு பேரும் பேசிட்டு இருக்கும் போது பிரண்டு ஒருத்தி கேட்டா,

"என்னடி ப்ரியா பத்து, பன்னிரெண்டு ரெண்டுலையும் ஸ்கூலிலையே அதிக மார்க் எடுத்துட்டு இஞ்சினியரிங், டாக்டர்ணு எதுக்கும் போக-மாட்டேணு சொல்ற ?"

"ஆமா டி, எனக்கு மேல்படிப்புமுடிச்சிட்டு. அரசு தேர்வு எழுதி ஒரு நல்ல வேலைக்கு... மதிப்பும் மரியாதையும் அதிகாரமும் உள்ள பதவிக்கு போகணும்"

"அப்படியா? சரி சரி. உன் உயிர் தோழிக்கு ஊடகவியல் (journalism) படிக்க காலேஜ்ல அட்மிஷன் போட்டாச்சு போல, அது-தான் அமைதியா இருக்காளோ?" இதை கேக்கவும் ரொம்ப நேரமா அடக்கி வச்சிருந்தது மாதிரி அவ கண்ணில் இருந்து அருவி மாதிரி கண்ணீர் கொட்டிச்சு.

"ஒண்ணும் கிடைக்கல, எனக்கு ஒண்ணும் இல்ல, நான் எதுக்கு பொறந்தேன்? ஏன் பொண்ணா பொறந்தேன் ? முடியல டி .. விருப்-பப்பட்டது படிக்க விடமாட்டுக்காங்க. அவுங்களுக்கு எது பாதுகாப்புணு தோணுதோ .. அத தான் விடுறாங்க. ஆம்பிள பிள்ளயா நீ... இதெல்லாம் கேட்டுட்டு இருக்க? பொம்பளபிள்ளைய வேலைக்கு அனுப்புறதே பெரிய விஷயம்; காத்தாடிக்கு கீழ உட்காந்து வேலைபாக்-குற மாதிரி எதாது வேலைக்கு போ வீட்டில் இருந்து 20 கி.மீ குள்ள இருக்க மாதிரி ஏதாது காலேஜ்க்கு போ. இல்லாட்டி பேசாம வீட்டுல

இருணு சொல்றாங்க. உங்களுக்கே தெரியும் அரசு வேலைக்கு படிச்சு போற அளவுக்கு எனக்கு படிப்பு அவ்ளோ வராது. நல்ல பேச்சு திறமை இருக்கு. எத்தனை பேச்சு போட்டியில பரிசு வாங்கிருக்கேன். என் திற- மைக்கேத்த வேலையில போய் பெரிய இடத்துக்கு வரணும்னு ஆசபடு- றேன். சட்டம் படிக்கதுக்காவது சேத்துவிடுங்க வக்கீலாகுறேணு கேட்டுட்- டேன். எதுக்கும் எனக்கு குடுத்துவைக்கல" னு சொல்லிட்டு அழுதுட்டே போயிட்டா.

"என்னடி ப்ரியா இப்படி அழுதுட்டு போறா .. ச்சஇங்கநம்மல்- லாம்பறக்கஆசப்படுறோம்ஆனயாரும்நம்மளநடக்ககூடவிடமாட்டாங்க. நடந்தாகல்லுதடுக்கும்கீழவிழுந்திருவஅடிபட்டுரும்ணுகாலஓடச்சுஉக்கார- வச்சிட்டு, பொட்டபிள்ளை!இவளாலஎன்னசெய்யமுடியும்ணுசொல்றாங்க. இரண்டுதடவவிழுந்தாமூணாவதுதடவளந்திப்ப .. விழும்போதுநாங்கதாங்- குறோம்ணுசொல்லயாருமேஇல்லை. ஒரே வீட்டுல வளருர பையன பறக்க விடுறவங்க பொண்ண நடக்கவாது விடலாம். என்னத்த பொலம்பி என்ன செய்ய ? போ டி போய் அவள சமாதானப்படுத்து."

நான் அவள எப்படி சமாதானபடுத்துவேன். அவ கூடவே இருந்து அவள பாத்திருக்கேன். அவ கனவ மனசில எப்படி தூக்கி சுமந்தாணு எனக்கு தெரியும்.

"சொந்து போய் மட்டும் உக்காந்திராத டி. எந்த விஷயமும் உன்ன முடக்கி போட கூடாது. நீ எந்த இடத்துல இருந்தாலும் உனக்குள்ள இருக்க திறமை உனக்கு பெருமை தேடி தரும்" னு சொல்லிட்டு வந்- துட்டேன் அண்ணைக்கு முதல் மதிப்பெண் சான்றிதழை வாங்கின சந் தோஷத்தை விட இவள பத்தின கவலை தான் அதிகமா இருந்துச்சு. என்னோட வலி மாதிரி அத அம்மா உணர்ந்தேன் டா.

வருஷங்கள் போச்சு ... ஆனா ஏன் பொண்ணா பொறந்தோங்கிற எண்ணம் மட்டும் மாறவே இல்ல. காலேஜ் முடிச்சேன். ஆறே மாசத்துல அரசு தேர்வுக்கு தயாராகி தேர்வு எழுதி 25000/- சம்பளத்துல ஒரு வேலையும் கிடைச்சுது. என்னோட இலக்குக்கு இத முதல் படியா நினைச்சேன். வேலை, ஆப்பிஸ் இதெல்லாம் வாழ்;க்கையில நிறைய புது விஷயங்கள சொல்லி தந்துச்சு. எனக்குள்ள புதுசா ஒரு தைரியம், தெளிவு, எதையும் எதிர் கொள்ளுற திறமை எல்லாம் வந்துச்சு.

எந்னோட ஊரில இருந்து வேலை பாக்குற இடத்துக்கு அரைமணி நேரம் பஸ்ல போகணும். எங்க ஊரு பஸ் ஸ்டாப்ல பஸ் ஏற நிக்கும் போது .. கொஞ்சம் நாளா ஒரு ஆள் என்னை ரொம்ப தொந்தரவு பண்ணிட்டு இருந்தான். 40 வயசு மதிக்கத்தக்க அந்த ஆளு... என்னை தப்பா பாக்குறதும், நான் வந்தாலே பாக்குறு தூரத்துல நடமாடுறதும், தப்பான கண் செய்கை காட்டுறதும், கண்ணடிக்கிறதும்ணு ரொம்ப தப்பா நடந்துகிட்டிருந்தான். மொறச்சு பாத்தேன்; திட்டிப் பாத்தேன் எதுக்குமே சரிவரல. ஒவ்வொரு நாளும் பஸ் ஸ்டாப்க்கு வரவே எரிச்சலா இருக்-கும். வேலை வீடுணு ஆயிரம் பிரச்சனையில இதுவும் ஒரு பிரச்சனை-யாணு கோவம் வர ஆரம்பிச்சது.

ஒருநாள் கொஞ்சம் உடம்பு முடியலணு உட்காந்திருந்தேன். அவன் எனக்கு பக்கத்துல வந்து நிண்ணு என்னையே ஒரு மாதிரி பாத்தான். பாத்து முறைச்சா என்ன பாத்து உதட்டகடிக்கிறான். அவ்ளோ பேர் நிக்காங்க பாத்துட்டு பாக்காத மாதிரி இருக்காங்க. எனக்கு ரொம்ப கோவம் வந்துட்டு. மாநில கட்டுப்பாட்டு அறைக்கு போன் பண்ணி சொல்லிட்டேன். கொஞ்ச நேரத்துல போலீஸ் வந்துட்டாங்க. அங்க இருந்த ரெண்டு பெரியவங்களும் பாத்த உண்மையை சொன்னதுனால அவனை புடிச்சுட்டு போயிட்டாங்க. ரொம்ப நிம்மதியா இருந்துச்சு. என்னை நினைச்சு பெருமையா இருந்துச்சு. படிச்சு வாங்கின பெரு-மையை விட இது பெருசா தெரிஞ்சுது எனக்கு. ஒரு பொண்ணா முதல் முறையா ஜெயிச்சிட்ட மாதிரி தோணிச்சு. ஒரு வேலை, மரியாதையான பதவி எல்லாம் வந்தா .. நம்மளால சந்தோஷமா கெத்தா வாழமுடி-யும். நம்ம பிரண்ட்ஸ்ட எல்லாம் இத சொல்லி நல்ல நிலைமைக்கு வரச் சொல்லணும்ணு நினைச்சேன். அடுத்தநாள் பாத்தா எல்லாமே தலைகீழா இருக்கு. இந்த விஷயம் தெரிஞ்ச ஒவ்வொருத்தரும் ஒவ்வொரு மாதிhp பேச ஆரம்பிச்சிட்டாங்க.

"இவளுக்கு ஊரிலையே பெரிய அழகிணு நினைப்பு. எல்லா ஆம்-பிளைங்ககிட்டயும் வம்பு பண்ணிட்டு இருக்கா".

"ஆம்பிள... பாக்க தான் செய்வான்; பொட்டச்சி கண்டும் காணாம குனிஞ்சதல நிமிராம போக வேண்டியது தானே".

"என்னவும்ணா வீட்டுக்கு வந்து சொல்ல வேண்டிய தானே.. போலீஸ்க்கு சொல்லுற அளவுக்கு ஒரு பொம்பிளைக்கு என்ன திமிரு".

இப்படி என்னலாமோ பேச ஆரம்பிச்சாங்க. ஊர்காரங்க பேச்செல்-லாம் எங்க வீடு வரைக்கும் தெரிஞ்சுது. எங்க அம்மாக்கு என்னை நினைச்சு சந்தோஷம் இருந்தாலும், அவனாலையோ அவனுக்கு தெரிஞ்சவங்களாலையோ எதும் பிரச்சனை வந்திருமோணு பயந்தாங்க. எங்க அப்பா.. பரவாயில்ல பாத்துகில்லாம்ணு தைரியம் குடுத்தாங்க. ஆனா அவுங்கள்குள்ளையும் பயம் இருந்துச்சு.

என் தம்பி .. "உனக்கெதுக்கு இந்த வேலை.. அவன் பழிவாங்கு-வாணு பயந்து இனி உன் பின்னாடி நாங்க அலையணுமா.. என் கிட்ட வந்து சொல்ல வேண்டியது தான நீ.."

எனக்கு செம கோவம் வந்துட்டு அவன் பேச்ச கேட்கவும்,

"ஏன் நீ போய் சண்டபோட்டா, அப்போ பழிவாங்கணும்ணு நினைக்க மாட்டானா ? ஒருத்தன்பல்லகாட்டுறாணுகண்டுக்-காமபோனாஇவளுக்குஉடன்பாடுஇல்லாமையாஅவன்பல்லகாட்டு-றாணுசொல்லுவாங்க... எதித்துசண்டபோட்டா, ஊரு-லையேபெரிய அழகிணுநினைப்புன்னுசொல்லுவாங்க.. அப்போஅவன்என்மேலகைகைவைக்கிறவரஅமைதியாஇருந்துட்டுவாழ்க்-கையைஇழந்திட்டுநிக்கணுமா.. ? இல்லஇப்படிசொல்லிக்குடுத்-துட்டுஎன்னசெய்வானோணுபயந்துட்டுஇருக்கணுமா ? என்னசெய்ய-ணும்ணுசொல்லு.ஆணுக்கும்பெண்ணுக்குமானஉறவிலஆசைகள், உணர்-வுகள்ரெண்டுபேருக்கும்தானேஇருக்கு. ஆனாஒழுக்கங்கெட்டஆசை-யிலதிரிஞ்சிகிட்டுஅதுதான்ஆண்மைணுகெத்தாசொல்றஇந்தசமுதாயத்-தில்வெக்கமேஇல்லாமநீங்கெல்லாம்வாழுறளளதான்நாங்கவாழமுடி ா என்னக்கு என்ன வந்தாலும் நான் பாத்துக்கிறேன் போ.."

இப்படி என் தம்பிட்ட சத்தம் போட்டுட்டு வந்துட்டேன். அவன் வாயடைச்சு போயிட்டான். அன்னைக்கு இந்த கோவத்தை என் தம்-பிட்ட ஏன் காமிச்சேணு எனக்கு தெரியல ஆனா அது தனிப்பட்ட அவன் மேல உள்ள கோவம் இல்ல...

ஹிம்ம்.. இவ்ளோ விஷயமும் நான் அன்னைக்கு ஏன் யோசிச்-சேன்?. அந்த ஞாயிற்றுகிழமை அப்படி என்ன நடந்துச்சுணு உனக்-குள்ள ஒரு கேள்வி வரும். அந்த கேள்விக்கு பதில் தான் உன்னோட கேள்விக்கும் பதில்.. அது தான் நம்மளோட இந்த நிலைமைக்கும் பதில்...

அன்னைக்கு பதட்டத்தோட போயிட்டிருந்த ரஞ்சிதாவ கூப்பிட்டு பேசினேன். அன்னைக்கு என்ன நடந்துச்சுண்ணா...

"ஏய் ரஞ்சிதா.. என்னாச்சு மா .. ஏன் இவளோ பதட்டத்தோட இருக்க ? ஏன் உனக்கு மூச்சுவாங்குது? வா உட்காரு .. நாய் எதும் துரத்திச்சா".

"இல்ல கா.. நான் போறேன் கா.. ஒண்ணும் இல்ல கா" அவ இன்-னும் பதட்டமானா..

"சரி மா .. வா ஒண்ணுமில்லை.. எதாயிருந்தாலும் பாத்துக்கலாம் சரியா ... பதட்டப்படாம போ... அக்கா இருக்கேன்ல அப்பறமா அமை-தியாகிட்டு அக்காட்ட சொல்லு".

அவ கண்ணு கலங்கி ... தார தாரயா கண்ணீர் கொட்டிச்சு.

"அக்கா... அக்கா... நான் அசிங்கம்புடிச்சவ.. நான் தப்பு பண்ணிட்-டேன்... ரொம்ப கெட்ட பொண்ணு... நான் அசிங்கம்.. நான் அசிங்கம்" ணு தலையில அடிச்சு அழுதா.. பதறிபோயிட்டேன் நான்.

"இங்க பாரும்மா.. எந்த தப்பு செஞ்சவங்களும் திருந்த ஒரு வாய்ப்பு உண்டு. நீ நல்ல பிள்ளை எனக்கு தெரியும். என்னாச்சுன்னு சொல்லு.. அக்காவால முடிஞ்ச உதவி பண்ணுறேன்"

ரொம்ப நேரம் தயங்கி.. யோசிச்சு.. கடைசியா என் கையை கெட்-டியா புடிச்சிகிட்டு சொல்ல ஆரம்பிச்சா.. அவ ஏங்கி ஏங்கி அழுதுட்டு சொன்னதுல்லாம் இன்னும் என் கண்முன்ன வருது.

"அக்கா நான் முதல் வகுப்புல இருந்து ஐந்தாம் வகுப்பு படிச்சது வர எங்க அண்ணன் வீடு என் வீட்டுக்கு அடுத்தால தான் இருந்துச்சு கா... அப்போ... அப்போ... ஒரு நாள் ஒண்ணங்கிளாஸ் படிக்கும்போ விளையாடிட்டு இருந்தேன் வீட்டு வாசலில.. நான் உன் கூட விளையா-டுறேனு அண்ணன் கூப்பிட்டான். வீட்டுக்குள்ள வச்சு கொஞ்சம் நேரம் விளையாண்டான். சிரிப்பு காட்டினான்.. அப்றோ என்ன... என்கிட்ட என்னை தப்பா என்னலாமோ பண்ண சொன்னான் கா. அவுங்கள.. அத.. என்னை... என் கையை... பாத்தாலே எனக்கு அசிங்கமா இருக்கு சீ... நான் எவ்ளோ கேவலம் என் வாய் .. எதையுமே சாப்பிட கூட முடியல .. என்னலாமோ நியாபகம் வருது.. எனக்கு ஒண்ணும் தெரியாது கா .. என்ன பண்ணுறேன் என்ன பண்ண சொல்றாங்க ஒண்-ணுமே தெரியல கா.. நான் இப்போ பதினோறாம் கிளாஸ் படிக்கி-

றேன்ல கா.. ஒரு வாரம் முன்ன என் பள்ளிக்கூடத்தில் எனக்கு ஒரு பாடம் நடத்தினாங்க. அப்போ தான் எல்லாம் புரிஞ்சுது... அண்ணை- யில இருந்து எனக்கு அந்த விஷயம் நியாபகம் வந்துட்டே இருக்கு சாப்பிட முடியல .. தூங்க முடியல ... படிக்க முடியல ... படப- டணு வருது கா.. மூச்சுமுட்டுது.. அழுகையா வருது .. அழுதா யாரும் கேட்டா.. என்ன சொல்லுவேணு பயமா இருக்கு.. செத்திரலாமாணு தோணுது கா... ரொம்ப வருஷமா அந்த அண்ணன் வேற வீட்டுல இருந்தான். இப்போ ரெண்டு நாள் முன்ன மறுபடி பழைய வீட்டுக்கு வந்துட்டான். நேத்து எனக்கொரு டிரஸ் வாங்கி அம்மாகிட்ட குடுத்- தான். இன்னைக்கு என்ன கூப்பிட்டு நான் குடுத்த டிரஸ் போட்டுகாட்- டுணு சொல்லுறான். அப்பவே அவனுக்கு ரெண்டு பசங்க இருந்தாங்க.. இப்ப ரெண்டு பேரும் வளந்துட்டாங்க அப்போ அந்த ஆளு வயசு என்ன இருக்கும்ணு யோசிச்சுக்கோங்க அக்கா.. இப்போ யார பாத்தா- லும் எனக்கு பயமா இருக்கு கா... கூட படிக்க பையன பாத்தா கூட அப்படி தான் இருக்கு".

அவ கண்ணிலிருந்து கொட்டுற கண்ணீர்.. அத நிறுத்த வழி தெரி- யாம முழிச்சேன். அழுற சத்தம் வெளிய கேக்ககூடாதுண்ணு அழுகைய அடக்கி அழும் போது அவ கை வாய்லாம் நடுங்கியதை பாத்தப்போ.. எனக்கே கண்ணீர் வந்துட்டு. அவ கையை கெட்டியா புடிச்சு... ஆறு- தலா அணைச்சு சொன்னேன்.

"இங்க பாரு மா.. நீ எந்த தப்பும் பண்ணல.. உன்னோட வயசையும் அறியாமையையும் தப்பா பயன்படுத்தின அந்த தரம் கெட்டவன் சந்- தோஷமா இருக்கும் போது நீ ஏன் அழணும் சொல்லு... அசிங்கம்ணு- லாம் நீ நினைச்சு பயப்பிடாத.. இனிமே அவன நீ பயப்பட வைக்க- ணும் .. உன் பார்வை நெருப்பு மாதிரி இருக்கணும்.. யாரும் நெருங்க பயப்படணும். நீ அப்போ சின்னபிள்ளை தான்.. அதனால் அசிங்கம்ணு நினைக்க தேவையில்ல மா... அவன் வீட்டுக்கு எதும் போக வேண்டி வந்துச்சுண்ணா அவன் பழகுரது புடிக்கல மா.. நான் போகலணு மட்டும் சொல்லிரு.. அம்மாவே புரிஞ்சிப்பாங்க சரியா.. அழாத"

"ஹம் சரி கா.. நீங்க சொல்றது சரி தான்.. நான் ஏன் அழணும்.. நேரம் ஆச்சு.. நான் வீட்டுக்கு போறேன் கா.."

அவ கிளம்பிட்டா.. சமாதானம் பண்ணி அனுப்பிட்டேன் ஆனா.. என்னால என்னையே சமாதானப்படுத்த முடியல... இந்த சம்பவம் என் மனசுல பெரிய தாக்கத்தை ஏற்படுத்திச்சு டா.

பாலியல் கொடுமைகளால பாதிக்கப்படுற குழந்தைகள் பெண்கள்ணு நூத்தில பத்து பேர் செய்தில பாக்குறோம். ஆனா எனக்கு தெரிஞ்சு தப்பான தொடுதல், தப்பான பார்வையால சீண்டப்படாத பெண்கள்ணு யாருமே இருக்கமாட்டாங்கண்ணு நினைக்கேன். இதுல உன் அம்மாவும் விதிவிலக்கு இல்ல.. இந்த பொண்ணுக்கே இவளோ வலினா.. செய்தில பாக்குற அறியாத வயசில வாழ்க்கையை தொலைச்ச பிள்ளைங்களுக்-கெல்லாம்! ச்ச.. நினைச்சு பாக்க முடில.. ஒரு பாவமும் அறியாத அந்த பிள்ளைங்க வாழுற ஒவ்வொரு நிமிஷமும் அவமானம்.. புறக-ணிப்பு, பயம், வலியால செத்துகிட்டே இருக்கும். எல்லாரும் சுலபமா சொல்லிருவாங்க.. நம்ம பொம்பள பிள்ளைங்களுக்கு தான் சரி, தப்பு சொல்லி குடுக்கணும்ணு... ஆமா தான்! ஆனா நல்லதுக்கும் கெட்ட-துக்குமே வித்தியாசம் தெரியாத வயசுல.. நல்ல தொடுதலுக்கும் கெட்ட தொடுதலுக்கும் எப்படி வித்தியாசம் சொல்லி குடுக்குறது ?

இந்த நிகழ்வுக்கு அப்புறம் அம்மாவால சகஜமா இருக்க முடியல. இவளோ நாள் எனக்குள்ள இருந்த வெறுப்பு> கவலை எல்லாம் கோவமா மாறிச்சு. கல்யாண கனவுகளில இருந்த எனக்கு கல்யாண ஆசையே போச்சு. இப்போதைக்கு கல்யாணம் வேண்டாம்ணு வீட்டுல சண்டையெல்லாம் போட்டேன். ஆனா எப்பவும் போல அவுங்க நினைச்ச மாதிரி குறிச்ச நாளுல கல்யாணம் நடந்துச்சு.

உங்க அப்பாவையும் புடிக்க ஆரம்பிச்சுது. அவரும் என் மேல நிறைய பாசம் காட்டினாரு. கல்யாணத்துக்கு அப்புறம் ஒரு பயம் இருந்-துச்சு. என்னோட படிப்பு, வேலை, உயர்வு, லட்சியம் இதுக்கெல்லாம் அனுமதி கிடைக்குமோ தெரியலியேணு... படிப்பு என்னோடது; வேலை என்னோடது; ஆனா அத செய்யணும்ணா கூட சுத்தி இருக்கவங்க-ளோட தயவும் அனுமதியும் தேவபடுதே.

ஆனா நல்ல வேளையா உங்க அப்பா அவுங்க வீட்டுல பேசி அனு-மதி வாங்கித் தந்தாங்க. வாழ்க்கை நல்லா தான் போயிட்டு இருந்துச்சு. என் கல்யாண வாழ்க்கைக்கு பரிசா.. நீ என் வாழ்க்கையில வந்த. நீ அம்மா வயித்தில இருக்கும் போதே அம்மாக்கு ஆயிரம் கனவுகள் இருந்துச்சு.. பொண்ணு பிறந்தா அவள தன்னோட வாழ்க்கையை முழு-

மையா சரியான வழில வாழவிடணும். ஆனா பையன் பிறந்தா.. அவன ஒரு சரியான ஆம்பிளயா வளர்க்கணும்னு கனவு கண்டேன். ஏன் தெரியுமா தங்கம்..

என் வாழ்க்கையில பாத்த விஷயங்களெல்லாம் எனக்கு புரியவச்ச ஒரு விஷயம்.. **ஒழுக்கத்தபத்திவரைமுறையேஇல்லாமபொண்ணுங்ககிட்டபாடம்எடுக்குறஇந்தசமுதாயம்..** **அதசரியானமுறையிலதன்வீட்டுபையனுக்கும்சேத்துசொல்லிகுடுத்தா..** எல்லாமேமாறும். ஒருத்தர் மாறின உடனே இந்த உலகமே மாறப் போறதில்ல தான்.. ஆனா எல்லையில்லாத பெரிய கோடுக்கு ஆரம்பம் ஒரு புள்ளி தானே! நான் என் பையனை எல்லாவிதத்துலையும் சிறந்தவானா!... மீசையை வச்சிகிட்டு ஆம்பிளணு சொல்லிட்டு திரியுற சில முட்டாள் கூட்டத்துக்கு நடுவுல,உண்மையான ஆண்மைக்கு ஒரு முன்மாதிரியா!.. ஒரு மனுஷனா ! வளர்க்கணும் முடிவெடுத்தேன்.. கனவு கண்டேன். என் ஆசையெல்லாம் ஒரு சேர்ந்த உருவமா நீ பொறந்த. உன்ன பாத்தப்போ வெறுப்பாவும் கசப்பாவும் மட்டுமே மனசில இருந்த ஆண்மைங்கிற முகத்திரையை என்ன மறக்கவச்சு, ஆண்மையோட உண்மையான உருவமா.. அதோட எல்லா நல்ல விஷயங்களையும் எல்லா அன்பையும் எனக்கு தரப்போற உருவமா நீ தெரிஞ்ச.

உன் சிரிப்பு, உன் குறும்பு எல்லாம் என் கண்ணுக்குள்ள நிக்கு தங்கம்.. நான் உன்கூட இருந்த வர உன்ன எப்படி வளர்க்கணும்னு நினைச்சனோ வயசுக்கு தகுந்த மாதிரி சொல்லிக்குடுத்து தான் வளர்த்தேன். ஆனா அப்புறம் எல்லாம் கைமீறி போயிருச்சில்லா,, ?

எல்லாத்துக்கும் நான் தானே மா காரணம்? அம்மா தானே காரணம் ! இத்தன வருஷமா உள்ள பாசத்துக்கு ஏங்க வச்சிட்டேன். அன்னைக்கு என்ன நடந்துச்சுண்ணு யாரெல்லாம் உன்கிட்ட என்னெல்லாம் சொன்னாங்கண்ணு தெரியல.. அம்மா சொல்லுறேன் கேளு டா.

அன்னைக்கு உன் பிறந்தநாளைக்கு கேக் வெட்டுறதுக்கு கொஞ்ச சீக்கிரமா ஆப்பீஸ்ல சொல்லிட்டு கிளம்பினேன். நீ ஆசைப்பட்டு கேட்ட கேக்கை வாங்கிட்டு நடந்து வந்துட்டு இருந்தேன். ரோடு வெறிச்சோடி இருந்துச்சு. ரோட்டுக்கு இடதுபக்கம் முள்செடியும் மரமுமா இருந்த இடத்தில இருந்து ஒரு சின்னபொண்ணு சத்தம் கேட்டுச்சு.

"இங்க என்ன சத்தம் கேக்கு.. அழுற சத்தம் மாதிரி இருக்கே" னு பாக்க போனேன்.

அங்க விறகு வெட்டுற இரண்டு பசங்களும் ஸ்கூல்பேக் போட்ட... அப்போ உன் வயசில இருந்த ஒரு சின்ன பொண்ணும் இருந்தாங்க. அந்த பசங்களுக்கு ஒரு 15 ல இருந்து 20 வயசுக்குள்ள தான் இருக்கும். அந்த சின்ன பொண்ணுட்ட தப்பான விஷயங்களை பேசி.. சொல்லிக்குடுத்துட்டு இருந்தாங்க. அதுல ஒருத்தனோட பார்வையும் செயலும் தப்பான நோக்கத்தோட மாறினத பாத்தேன். ஒண்ணும் புரியாத அந்த பொண்ணு,

"அம்மா தேடுவாங்க அண்ணா.. நான் போணும்"னு அழுதா.. எனக்கு ரஞ்சிதாவோட முகமும் அவ அழுகையும் கண்முன்ன வந்துச்சு. கோவம் தாங்க முடியல. கோவபட்டு சண்டபோடுறத விட பொண்ண காப்பாதிட்டு உன் பிறந்தநாளை சந்தோஷமா கொண்டாணும்னு நினைச்சேன்.

தூரத்துல வந்த தீயணைப்பு வண்டி சத்தத்தை கேட்டு அந்த பசங்க பயந்து ஒளிஞ்ச நேரத்துல பொண்ண கூட்டிட்டு போயிரலாம்னு போனேன். ஆனா அவங்க என்னை பாத்து வழி மறிச்சிட்டாங்க. என்னடா பண்ணுறீங்கனு சத்தம் போட்டு திட்டினேன். அதுக்கு அவனுங்க என்கிட்டையே தப்பா பேசினாங்க.

"அந்த பொண்ணுட்ட எப்படி எங்ககிட்ட அனுசரிச்சு நடந்துக்கணும்னு சொல்லிக்குடுத்து.. இருந்து கூப்பிட்டு போ"னு சொன்னான். அத்தனவருஷம் அடக்கி வச்சிருந்த கோவத்தையெல்லாம் ஒருசேர காட்டின மாதிரி, பக்கத்துல இருந்த விறகு வெட்டுற அருவாள பின்புறமா வச்ச அவன் மண்டையில அடிச்சிட்டேன். இன்னொருத்தன் பயந்து ஓடிட்டான்.

அந்த பொண்ணோட அம்மா அவள தேடி சத்தம் குடுத்துட்டே வர.. அவள அவுங்ககிட்ட ஒப்படச்சிட்டு.... மூச்சுபேச்சில்லாம கிடந்த பையன் கிட்ட அருவாளோட நின்னுட்டு இருந்தேன். கூட்டம் கூடிருச்சு... போலீஸ் வந்துட்டாங்க. என்னாச்சுண்ணு விசாரிச்சாங்க. என் கண்ணு கூட்டத்தில நின்ன அந்த பொண்ண தேட.. அவளோட அம்மா கையெயெடுத்து கும்பிட்டாங்க. தன் பொண்ணோட வாழ்க்கையும் மானமும் பிரச்சனைக்குள்ளாயிரும்ங்கிற அவுங்களோட தவிப்பு அவங்க கண்ணில

தெரிஞ்சுது. எங்கிட்ட தப்பா நடந்துக்கப் பாத்தான் அதனால அடிச்-
சேனு சொல்லிட்டேன். என்னை கைது பண்ணி விசாரணைக்கு கூட்-
டிட்டு போனாங்க. வீட்டுக்கு தெரிஞ்சு வெளிய கொண்டு வர முயற்சி
பண்ணிட்டு இருக்கும்போ.. ஆஸ்பத்திரில இருந்த அந்த பையன் இறந்-
துட்டான். மைனர் பையன், அவன் எங்கிட்ட தப்பா நடந்துகிட்டாணு
சொன்னத்துக்கு எந்த சாட்சியும் இல்ல. என்னென்னமோ கேஸ் சொல்லி
உள்ளையே உக்காரவச்சிட்டாங்க. கைது பண்ணி கூட்டிட்டு போகும்-
போது.. என் பையன் என்ன தேடுவான்.. கேக் வாங்கிட்டு வருவேணு
காத்திருப்பான்.. விடுங்கனு கத்தி அழணும் போல இருந்துச்சு. என்ன
மன்னிச்சிரு தங்கம்... அம்மாவ மன்னிச்சிரு டா. உனக்கு இப்போ
நிறைய விஷயம் புரிஞ்சிருக்கும். அம்மா இப்போ சொல்ல போற சில-
தையும் நல்ல நியாபகம் வச்சிக்கோ மா.

ஒரு பெண் எந்த உறவா இருந்தாலும்.. மனைவி, அக்கா, தங்கச்சி,
அம்மா, தோழி, மகள்... எதுவா இருந்தாலும் தனக்கு கீழ தான்..
ஆண்மைக்கு கீழ தான் அப்படிணு நினைக்கிற இந்த சமுதாயம் முட்-
டாள்தனமான சமுதாயம் மா. அவுங்கள நல்வழிப்படுத்த அதட்டலாம்;
ஆனா அடிமைப்படுத்த இல்லை ! நீ முட்டாளா அறிவாளியாணு நீயே
முடிவு பண்ணிக்கோ ! இந்த எண்ணத்தோட நீ அந்த உறவுக்கு என்ன
அன்பு குடுத்தாலும் அது வீண் !

ஒருத்தங்க உன் மேல வச்சிருக்க அன்புக்காக உன்கிட்ட பொறுத்து
போகவும் தோத்துபோகவும் தயாரா இருந்தா.. அவுங்க உன் அதிகாரத்-
துக்கு பயந்து தான் இருக்காங்கண்ணு பெருமை பீத்துற முட்டாள்தனத்-
துக்கு இங்க நிறைய பேர் ஆண்மைணு பெயர் குடுக்காங்க. ஆனா அது
அப்படி இல்ல மா. ஆணோபெண்ணோதன்னசுத்திஇருக்கவங்களஉணர்-
வுக்குமதிப்புகுடுக்கவங்கதான்மனுஷங்க. முதலமனுஷனாஇருக்க-
ணும்ராஜா.. அப்புறம்ஆணாவோபெண்ணாவோஇருந்துகில்லாம்.

பெண்மைக்குஅடையாளமாதூய்மை, அன்பு, பொறுமையைசொல்-
லுவாங்க.. ஆண்மைக்குஅடையாளமாவீரத்தைசொல்லுவாங்க..
இதுஅவுங்கவுங்ககிட்டசிறந்துஇருக்கிறதேதவிர, பெண்ணுக்குவீரம்இல்-
லனோ.. ஆணுக்குபொறுமைஇல்லணோஅர்த்தம்இல்ல. நம்மகிட்ட
இருக்க நல்ல விஷயத்தை.. சிறந்த விஷயத்தை நல்ல வழிலதான்
பயன்படுத்தணும் கெட்ட வழில பயன்படுத்தினவங்க ஜெயிச்சதில்ல மா..

என் தங்கம்.. எல்லாருக்கும் நல்லவங்கள வாழ முடியாது. ஆனா உன்னோட மனசாட்சிக்கும், கடவுளுக்கும், உன்மேல உண்மையான அன்பு வச்சு சரியா வழி நடத்துறவங்களுக்குமாவது நல்லவனா இருக்-கணும் ராஜா.. கருவறையில கடவுள் காட்டாத பாகுபாட வாழ்க்கையில திணிக்கத்தக்கு யாருக்கு உரிமை இருக்கு ?

புரட்சிபெண்ணோ ! புதுமைப்பெண்ணோ ! இந்தசமுதாயத்தின்தூண்-டுதலால்தான்உருவாகுறாங்க.   அவுங்கவுங்கவாழ்க்கையைவாழஅனும-திச்சாபுதுமைதானாவரும்புரட்சிக்குஅவசியமேஇல்ல.

பெண்ணோட வலி வார்த்தையால விளக்குற அளவுக்கு சிறிதும் இல்ல; முழுசா புரிஞ்சிக்கிற அளவுக்கு எளிதும் இல்ல; ஆனா ஒவ்-வொரு ஆணையும் பெண்ணையும் சரியா வளர்க்க வேண்டியது தாய் தகப்பனோட கடமை. நான் என் கடமையை இப்போ செஞ்சிட்டேன். உன் கடமை உனக்கு புரிஞ்சிருக்கும். எப்போ செய்ய போற ?

திடீர்ணு ஒரு சத்தம்....

"நிஷாந்த... நடுராத்திரில லைட் போட்டுட்டு என்ன பண்ணிட்டு இருக்க டா ?"

பாட்டியோடு குரலுக்கு திடுக்கென கனவிலிருந்து விழித்தது போல் விழித்துக் கொண்டான். ஏற்கனவே கண்ணீர் வெள்ளத்தில் நினைந்து போயிருந்த டயாரயை மூடிவிட்டு கன்னத்தில் தேங்கியிருந்த எஞ்சிய கண்ணீரை விறு விறுவென துடைத்துவிட்டு விளக்கை அணைத்துவிட்டு படுத்தான். அருகிலிருந்த தலையணையை கட்டிப்பிடித்துக் கொண்டு அம்மா என்று ஏங்கி அழுதவாறு இரவை கழித்தான்.

ஒரு வார காலம் யாரிடமும் பேசாமல்... தன் அம்மாவின் வாழ்க்-கையையும், ஆசையையும், தான் இத்தனை வருடமாய் கழித்த வாழ்க்-கையையும் ஒப்பிட்டு பார்த்து... மனதளவில் கூனிகுருகினவனாய் தனி-மையை நாடி இருந்தான்.

ஒருநாள் காலை பாட்டி,

"நிஷாந்த், இன்னைக்கு அம்மா வெளிய வர போறா டா பத்து வருஷம் கழிச்சு. வா டா.. அவள போய் கூட்டிட்டு வருவோம். உன்ன பாத்தா தான் டா அவ சந்தோஷபடுவா. வா டா ராஜா.."

பதில் ஏதும் பேசாமல் அமைதியாக இருந்தான் நிஷாந்த்.

"அவன் வர மாட்டான் டி.. நீ வா போலாம்" என்று நிஷாந்தின் தாத்தா அவர் மனைவியை அழைத்துச் சென்றார்.

நீண்ட நாட்களுக்கு பிறகு புதுவாழ்க்கையை வாழப்போகும் எண்ணத்துடன் வெளிய வந்த ப்ரியா, தனக்காக வாசலில் காத்திருந்த தன் அம்மா அப்பாவை கட்டி அணைத்தாள். அவள் கண்கள் சிறிதும் ஓயாமல் அங்கும் இங்கும் சுற்றித் திரிந்தது. தன் மகனை காணாத அவள் கண்கள் கலங்கத் தொடங்கியது. திடிரென யாரும் எதிர்பாராத வண்ணம் பின்னாடி இருந்து ஒரு சத்தம்

"அம்மா..."

பத்து வருடங்களாக கேக்க ஏங்கி கிடந்த ஒரு வார்த்தை; உணர்ச்சிவசத்தில் கண்ணீர் பெருக்கெடுத்தது.

"நிஷாந்த்.. என் தங்கம் என் ராஜா" என்று கட்டி அணைத்து அவன் கன்னத்தில், நெத்தியில், தலையில் முத்தமிட்டாள். தாயின் மார்பில் முகத்தை புதைத்துக் கொண்டு தன் குற்ற உணர்வையெல்லாம் கண்ணீரால் கரைத்தான். இதை பார்த்த தாத்தாவும் பாட்டியும் சந்தோஷத்தில் திகைத்துப் போயினர்.

"எப்படி பாத்தது உன்ன.. என் தோளுக்கு மேல வளந்திட்டியே ராஜா.. இது போதும் எனக்கு; அம்மாவ மன்னிச்சுட்டேலா... அது போதும். என் கடவுள் என்ன கைவிடல. சரி வா... அப்படியே அப்பாவையும் பாத்து சமாதானம் பண்ணனும். அவர பாக்கணும் வா.. போலாம்"

நிஷாந்த் குழப்பத்துடன் தாத்தா பாட்டியைப் பார்த்தான். இருவரும் பதில் பேசவில்லை. அவனுக்கு அப்போது தான் அம்மாக்கு விஷயம் தெரியாது என்பது புரிய வந்தது. ப்ரியா அவர்களள அழைத்துக் கொண்டு ஆட்டோவில் ஏறி தான் வாழ்ந்த தன் கணவர் வீட்டுக்கு போகுமாறு வழி சொன்னாள்.

ஆவலுடன் வீட்டுக்குள்ள சென்று என்னங்க... என்று சத்தமிட்டாள். வீட்டின் அறையிலிருந்து அவள் கணவன் வெளியே வந்தான். சந்தோஷத்தில் அவன் கையை பிடிக்க போகும் போது அவனுக்கு பின்னாடியே ஒரு பெண்ணும் அவளுடன் ஒரு பெண் குழந்தையும் அவன் அறையிலிருந்து வெளியே வந்தனர். திகைத்து நின்று சற்று மேலே பார்த்தாள். தனது திருமண படம் இருந்த இடத்தில் வேறொருத்தியுடனான திருமண

படம்; இவள் வந்த செய்தியறிந்து அருகிலிருந்த உறவினர்களெல்லாம் அங்கே கூடினர்.

"இங்க பாரு ப்ரியா... பிரச்சனை ஏதும் பண்ணாம போயிரு.. நீ பாட்டுக்கு உள்ளபோயிட்ட! ஆம்பிள அவன் உன்ன நினைச்சுட்டு அப்படியே இருக்க முடியுமா ? அவனுக்குண்ணு குடும்பம் குட்டிணு ஆயிட்டு" என்று அவரின் தங்கை வாதிட்டாள்.

"அப்படியா அத்தை? நாளைக்கு உங்க புருஷன் செத்திட்டாலோ.. ? எங்கையும் போயிட்டாலோ ? நீங்களும் இன்னொருத்தன உடனே கட்டிப்பீங்களோ ? நியாயமா பேசுறீங்க ?" என்று சண்டையிட தொடங்-கினான் நிஷாந்த்.

"ச்சீ.. எப்படி பேசுறான் பாரு அசிங்கமா... பொம்பிளையும் ஆம்பி-ளையும் ஒண்ணா? நான் என்ன அவளோ தரம்கெட்டவளா?" சண்டை-யிட வந்த நிஷாந்தை கையை பிடித்து தடுத்தாள் ப்ரியா.

"எப்போ கல்யாணம் பண்ணீங்க? ஒருவாட்டி கூட என்ன வந்து பாக்கவும் இல்ல சொல்லவும் இல்லையே ?" என்று ஒரே ஒரு கேள்வி கேட்டாள்.

"அது நீ போயி.. மூணு மாசம் கழிச்சு தான் பண்ணேன். நம்ம பையன நான் அப்படியேலாம் விட்டுரல.. வருஷத்துக்கு 5000 ரூபாய் ஸ்கூலுக்கு புக்குக்குணுலாம் நான் தான் கட்டுறேன்".

"ஹம்.. மூணு மாசத்துல!.. சரி நன்றி. இனிமே எந்த காசும் கட்ட வேண்டாம்" என்று கூறிவிட்டு வெளியே சென்றாள்.

"வா மா.. நம்ம வீட்டுக்கு போலாம்" என்று அவள் அம்மா ப்ரி-யாவை அழைத்துச் சென்றாள். ஆட்டோவில் போய்க் கொண்டிருக்கும் போது.. எதிரே தென்பட்ட சர்ச்சிலிருந்த சிலுவையை பார்த்து வணங்கி-னாள். நிஷாந்த் அதை கவனித்து மனதில் திகைத்துப் போனான்.

ஒரு வாரம் கழித்து.. ஜன்னல் வழியாய் வெறித்து பார்த்த படி அமர்ந்திருந்த அம்மாவிடம் சென்று,

"அம்மா.."

"வா பா.. உக்காரு.."

"நான் உங்ககிட்ட ஒண்ணு கேக்கணும் மா"

"சொல்லு தங்கம்.."

"அப்பா ரொம்ப மோசம்ல மா?"

"அப்படி செல்லாத டா. சூழ்நிலை! எல்லாம் மாறிபோச்சு. எத்தனைஆம்பிளைங்கஇங்கதன்பொண்டாட்டியோடமதிப்ப, உயர்வைதன்னோடபெருமையாநினைக்கிறாங்க? தன்னைவிடஎதாதுவிதத்துலமேலஇருக்கிறதஎதுக்கேவேமாட்டாங்க. ஆனஉங்கஅப்பாஅவரவிடநான்எத்தன அடிமேலபோனாலும்அதைஅவரோடபெருமையாநினைச்சாரு."

"என்னெல்லாம் நடக்கக் கூடாதோ.. எல்லாம் உன் வாழ்க்கையில நடந்திருச்சு.. இருந்தும் இன்னும் உனக்கு கடவுள் நம்பிக்கையெல்லாம் இருக்கா மா? அன்னைக்கு ஆட்டோல வரும்போ பாத்தேன் மா.. நான் சின்ன வயசுல இருக்கும்போது நம்ம சர்ச்சுக்கு போவோம் எல்லாம் ஞாபகம் இருக்கு மா.. ஆனா இவளோ நடந்த அப்பிறமுமா....நான்லாம் கடவுள்ணு யாரையுமே நம்புரது இல்ல. சொல்லு மா.."

உதட்டோரம் புன்னகைத்தபடி..

"இங்க பாரு மா.. வாழ்க்கை யாருக்கும் ஈஸி இல்ல. அதுக்காக கோழையா சாகவும் கூடாது. ஏன்னா.. எந்தஒருசூழ்நிலையும்நிரந்திரம்இல்ல. எவ்ளோவிழுந்தாலும்திரும்பஎழுந்துவாழநம்பிக்கைவேணும். அந்தநம்பிக்கையோடஒரேஒருவமாநான்பாக்குறதுகடவுளதான். கடவுளநம்பினாலும்நம்பாட்டாலும்கஷ்டம்வரதான்செய்யும். ஆனாஎன்னபொறுத்தவரைக்கும்எந்தகஷ்டமும் ஒரேடியாநம்மளவீழ்த்தாமஇருக்கிறதுக்கு..யாரும்இல்லாதப்போநான்இருக்கேன்; எல்லாம்சரியாஇருக்குணுமளா...கேக்குறஒருசத்தம்ரொம்பமுக்கியம். அந்தநம்பிக்கைகடவுள்கிட்டதான்கிடைக்கும். உன் அம்மா இன்னைக்கு ஜெயில இருந்து திரும்பி உயிரோட வந்திருக்கேணா கண்டிப்பா அதான் காரணம். அங்கேயே என் வாழ்க்கை முடிஞ்சு போயிருக்க நிறைய சூழ்நிலை அமஞ்சுது. எவ்வளவோ கஷ்டம்! எல்லாத்துக்கும் மேல என் பையன நான் விருப்பட்ட மாதிரி மீட்டுக்குடுத்திருக்காரே அதுவே பெருசு எனக்கு".

குழப்பத்தில் முழித்தான் நிஷாந்த்.

"நீ எப்படி இருந்த ணு தெரியும் டா அம்மாக்கு. பாட்டி எல்லாம் சொல்லிருக்காங்க. ஆனா இப்போ நீ மாற முயற்சி பண்ணிட்டு இருக்கேணும் புரிஞ்சுது. உன்ன நான் அந்த மாதிரியே பாத்திருந்தேணா..

நான் உயிரோட இருக்கதுக்கே அர்த்தம் இல்லாம போயிருக்கும். நீ அம்மாவோட ட யரியை படிச்சேலா ? நீ படிப்ப... மாறுவணு நம்பிக்கை இருந்துச்சு டா.."

"ஆனா.. எனக்கில்ல மா. நான் அத தூக்கி வீசினேன். அத திறந்து பாக்க கூட எனக்கு விருப்பமில்லை. எப்படி படிச்சேணு இன்னும் ஆச்சரியமா இருக்கு. இத்தன வருஷத்துல எத்தனையோ வாட்ட எத்தனையோ பேரோட அம்மா அவுங்க பிள்ளைங்கள்ட காட்டுற பாசத்தை பாத்திருக்கேன். எனக்குள்ள கோவமும் வெறுப்பும் தான் வரும். ஆனா அன்னைக்கு ஒரு மாற்றுத்திறனாளி அம்மாவ பாத்தேன். மனசில ஒரு பெரிய தாக்கம், மாற்றம் வந்துச்சு. நல்லவேளை... உங்க டயரியை படிக்கலேணா நான் உங்களையும் புரிஞ்சிக்காம ஒரு கேவல-மான ஜென்மமா வாழ்ந்திருப்பேன்".

"ச்சீ.. அப்படி சொல்லாத. நீ என் ராஜா... என் கடவுள் என்ன கைவிடல பாத்தியா?"

"அம்மா நான் ஒரு முடிவு பண்ணிருக்கேன் மா.."

"என்னது டா?"

"உங்க டயரியை படிச்சதுல ஒண்ணு புரிஞ்சது. பொண்ணா இருந்தா தான் அவுங்க வலியை முழுசா புரிஞ்சிக்க முடியும். இத்தன வருஷமா உன் பிள்ளையாவே நான் வாழல! இனிமே நீ ஆசப்பட்ட மாதிரி.. என்ன மாதிரி இருக்க நிறைய பசங்களுக்கு பெண்ணோட வலியை புரிய வைக்க போறேன். அதுக்கு நான் பொண்ணா மாறலாணு முடிவு பண்-ணிருக்கேன் மா.." என்று அதிர்ச்சி கொடுத்தான்.

"என்னடா சொல்ற! நீ யோசிக்கிறது தப்பு. உணர்ச்சி வசத்துல எப்-பவுமே தப்பான முடிவு எடுக்க கூடாது. நான் ஜெயில இருந்த நேரத்-துல தான் கடவுள் நம்பிக்கை; கடவுள் பத்தின புரிதல்; கடவுளுக்-கும் நமக்குமான உறவு எல்லாமே அதிகமாச்சு. அன்னைக்கு எனக்கு கராத்தே தெரிஞ்சிருந்தது. அந்த பையன் உயிருக்கு பிரச்சனை இல்லாத அளவுக்கு அடிச்சிட்டு அந்த பொண்ண காப்பாத்தீட்டு ஈஸியா வந்தி-ருக்கலாம். ஆனா என் உணர்ச்சி வசத்துல நான் பண்ண தப்பு தான் என் பாதி வாழ்க்கையை முழுங்கிட்டு மா. அன்னைக்கே நான் இன்னும் தெளிவான புத்தியோட இருந்திருந்தேணா... பிரச்சனையில ஒரு நிமி-ஷம் கடவுள உதவிக்கு கூப்பிட்டிருந்தேணா... தப்பு பண்ணிருக்க மாட்-

டேனு நினைக்கேன். என்னோட எண்ணமும் மனசும் தப்பில்ல ஆனா உணர்ச்சிவசத்தில நான் செஞ்ச செயல் தான் தப்பு. ஒரு டயரிதான படிச்ச நீ ? அம்மா ஜெயிலில பட்ட கஷ்டம்; படிச்ச பாடம்.. எல்லாம் சேத்து பத்து டயரி இருக்கு. இந்தா பாரு... நேரம் கிடைக்கும்போ படி. நம்ம வேற ஊருக்கு போயிர்லாம் டா.. புது வாழ்க்கையை தொடங்க- லாம். பொண்ணா மாறணுங்கிற தப்பான எண்ணத்தைலாம் விடு. வளந்- திட்டியே தவிர சின்ன பிள்ளை மாதிரி பேசுரியே தங்கமே. அது என்ன மாயாஜாலமா டா. இயற்கையை மாத்த எப்பவுமே நினைக்க கூடாது டா. நீ உலகத்தையே மாத்த புரட்சி பண்ண வேண்டாம். ஆனா மாற்றத்துக்- கான ஆரம்பமா இரு; உண்மையான ஆம்பிளயா இரு; அம்மாவோட செல்ல பிள்ளயா இரு.." என்று அவனை அணைத்துக் கொண்டாள்.

எட்டுவருடங்களுக்குபிறகு..

எல்லாத் தடைகளையும் தாண்டி தனக்கான லட்சியப் பாதையில் பயணித்து ப்ரியா தன் விருப்பம் போல் ஒரு அதிகாரமான பதிவியில் இருந்தாள். எல்லா விதத்திலும் நிஷாந்த் அவளுக்கு துணையாக இருந்- தான். **இருவருக்கும்கடவுள்துணையாய்இருந்தார்.**அவனும் நன்கு படித்து வேலைக்குச் சென்றான். இப்போது திருமணமாகி ஆறு மாதங்களாக நல்ல வாழ்க்கையும் வாழ்ந்து கொண்டு இருக்கிறான்.

"நிஷாந்த்... எனக்கு பக்கத்து கடையில இந்த ஜாமான் லாம் வாங்- கித் தாயேன்" என்று கொஞ்சலாக தன் கணவனிடம் கேட்டாள் சாரா

"எனக்கு ஆப்பீஸ்க்கு ரொம்ப லேட் ஆயிட்டுல்லா மா.. பிளீஸ் பக்- கத்துல தானா வாங்கிகோயேன் டி"

"அங்க ஆம்பிளைங்க நிறைய பேர் நிக்காங்க.. எனக்கு போக ஒரு மாதிரி தயக்கமா இருக்கு மா.."

"என்ன இப்படி சொல்ற.. உன் டிரஸ்ல எதாது பிரச்சனை இருக்கா..? தப்பா இருக்கா இல்லேலா ? அப்போ யாரு பாப்பாங்க பாக்- கமாட்டாங்கணு நீ ஏன் கூச்சப்படுற..? நம்ம சரியா இருந்தா போதும்.. எந்த இடத்துலையும் யார் முன்னாலயும் தலை நிமிந்து நேர் பார்வை- யோட போ. உனக்கு வாங்கிதரதுல எனக்கு எந்த பிரச்சனையும் இல்ல மா.. என் பொண்டாட்டி தைரியமா இருக்க வேண்டாமா.. சொல்லு"

என்று தன் அன்பு கொஞ்சல்களால் அவளை சிரிக்க வைத்தான்.

இவை அனைத்தையும் தன் அறையிலிருந்து கவனித்துக் கொண்-டிருந்தாள் ப்ரியா... கலங்கிய கண்களுடன் அவள் உதட்டில் இருந்த விலைமதிப்பில்லாத சிரிப்பு மாற்றத்துக்கான ஒரு பாதையை நம் கண்-முன் காட்டுகிறது.

----

www.ingramcontent.com/pod-product-compliance
Lightning Source LLC
Chambersburg PA
CBHW020851160726
47993CB00004B/1599